YNGRI NEMENDUR

ALLT UM HUNDAR

CHARLOTTE THORNE

YNGRI NEMENDUR

ALLT UM
HUNDAR
CHARLOTTE THORNE

Hundar eru oft kallaðir besti vinur mannsins. Þetta eru ótrúleg dýr sem hafa búið með fólki í mjög langan tíma.

Tamning hunda nær alla leið aftur til gráa úlfsins. Húsnæði þýðir að menn tömdu dýr til að búa með okkur.

Vegna sértækrar ræktunar hafa menn skapað alls kyns störf fyrir hunda!

Í Forn-Egyptalandi hafði guðinn
Anubis höfuð sjakals, sem er dýr
sem tengist hundum.

Frægt hellamálverk í Evrópu
sýnir forna menn að veiða með
fornum hundum.

Í stríði þjónuðu hundar sem stríðsdýr og hjálpuðu hermönnum við hættuleg störf.

Hundar tilheyra Canidae fjölskyldunni. Canidae fjölskyldan inniheldur einnig úlfa, refa og aðra villta hunda.

Hundar geta lykt
af mörgu því þeir
hafa 300 milljónir
viðtaka.

Heyrn þeirra er
ótrúleg. Þeir geta
heyrt hátíðnihljóð
sem við getum
ekki.

Það eru margir frægir hundar um allan heim.

Lassie the Rough Collie er táknmynd í bókum, kvikmyndum og sjónvarpi. Hún er þekkt fyrir björgunarstörf sín.

Balto the Husky stýrði sleðahundateymi yfir Alaska árið 1925. Þeir afhentu sjúkum mönnum mikilvægt lyf.

Rin Tin Tin þýski fjárhundurinn
var einn af frægustu
hundaleikurum og er talinn vera
fyrsta hundamyndastjarna heims.

Við skulum skoða mismunandi tegundir hunda.

Labrador retrievers eru vinalegir hundar. Þeir hafa ást á vatninu.

Þýskir fjárhundar eru klárir og sterkir. Þeir eru vinnuhundar og hafa verndandi eiginleika.

Golden Retriever eru fjörugar, vinsælar tegundir. Þau eru falleg og full af persónuleika.

Bulldogs eru hrukkóttir og með þéttan líkama. Þetta eru ástúðlegir hvolpar.

Beagles eru forvitnir hundar og eru notaðir við veiðar. Þeir eru með floppy eyru.

Poodles eru ein af greindustu hundategundunum og eru þekktir sem fínir hundar.

Rottweiler eru
öflugir hundar.
Þau eru elskuleg
börn.

Yorkshire Terrier
eru lítil orkubúnt.
Þeir eru með
langar úlpur og
elska að ferðast í
handtöskum.

Boxarar eru fjörugir hvolpar. Þeir eru með ferkantað höfuð og elska að vera virkir.

Dachshundar eru langir „pylsur" hundar, sem gerir þá einstaka. Þeir hafa stóran anda fyrir lítinn líkama!

Siberian Huskies draga sleða og eru mjög atkvæðamiklir, vinalegir hundar. Þeir eru líka með skærblá augu.

Doberman Pinscher eru sléttir, sterkir hundar. Þeir eru verndarar.

Shih Tzu eru litlir kjöltuhundar. Þau eru mjög vingjarnleg gæludýr.

Stórir Danir eru mjög háir hundar. Þau geta verið mjög sæt.

Border Collies
eru liprir og
klárir. Þeir hafa
mikla orku.

Shetland
Sheepdogs eru
heyrnarhundar.
Þeir eru þekktir
fyrir þykkan
loðfeld.

Chihuahua eru pínulítil en hafa stórt hjörtu. Þeir eru ljúfir þegar þeir njóta virðingar.

Pembroke Welsh Corgis eru lítil en hafa stór eyru. Það kemur á óvart að þeir eru heyrandi hundar.

Saint Bernards eru þekktir fyrir björgunarstarf sitt. Þeir eru ljúfir risar.

Australian Shepherds eru klár og lipur gæludýr. Þeir vinna sem smalahundar.

Mops eru litlar, hrukkóttar sætar. Þeir hafa mjög fjörugur en þrjóskur eðli.

Alaskan Malamutes eru sleðahundar og geta lifað af í köldu loftslagi.

Australian Terrier eru lítil með grófan feld. Þeir búa til frábær gæludýr.

Basenjis hafa yodel-eins og yowls. Þetta eru frábær klárir og sjálfstæðir hundar.

Bichon Frisés líta út eins og ský. Þeir hafa glaðværan persónuleika.

Blóðhundar hafa hangandi eyru og frábært lyktarskyn. Þeir eru líka notaðir við björgun.

Boston Terrier eru
með tuxedo
yfirhafnir. Þetta
eru vinalegir
hvolpar.

Cavalier King
Charles Spaniels
hafa bestu
persónuleikana
auk fallegra
yfirhafna.

Cocker spaniels eru með löng silkimjúk eyru og hafa yfir sér klassískan blæ.

English Mastiffs eru risastórir hundar! Þau eru róleg og sæt.

Akitas eru göfugt gæludýr. Þeir eru þekktir fyrir þykkan feld sinn.

Maltverjar eru undirbúnir litlir hvítir hundar og þeir elska athygli.

Burmesskir fjallahundar eru mjög stórir en mjög mildir.

Pomeranians eru dúnkenndir litlir hundar. Þeir hafa djarfan persónuleika.

Rhodesian Ridgebacks eru með „hrygg" af hári á bakinu. Þeir eru notaðir til veiða.

Írskir settar eru glæsilegir, líflegir hundar. Þeir eru útrásargjarnir.

Eyru Papillons líta út eins og fiðrildi. Þær eru vingjarnlegar sætar.

Whippets eru ofurfljótir og mjög liprir og blíðir við mennina sína.

Shar-Peis eru
mjög hrukkótt.
Þeir eru tryggir
og verndandi
hundar.

Dalmatíumenn
eru kraftmiklir
hundar og eru
opinbert tákn
eldhúsa.

Hundar hjálpa mönnum á hverjum degi.

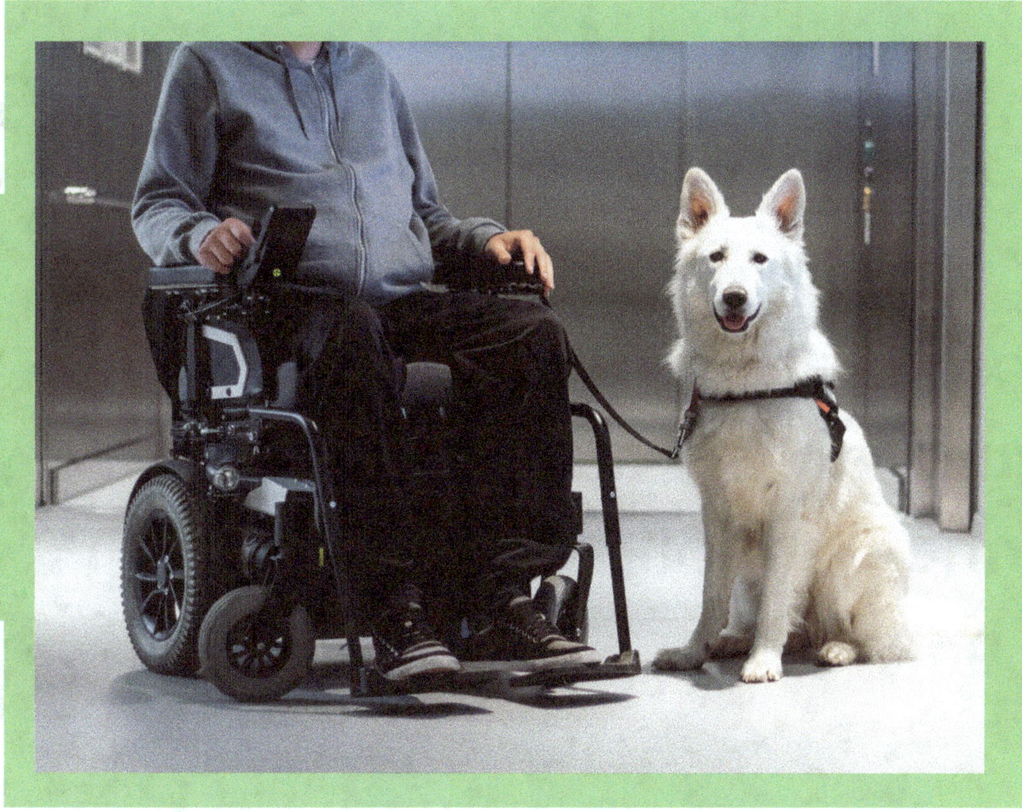

Margir hundar vinna sem
þjónustudýr og aðstoða fólk með
fötlun.

Leitar- og
björgunarhundar
vinna að því að
finna týnt fólk í
hamförum.

Hundar vinna hlið við hlið lögreglunnar. Hvolpar sem standast ekki þjálfun fara til elskandi fjölskyldna.

Meðferðarhundar veita fólki á sjúkrahúsum og í almannaöryggi tilfinningalegan stuðning.

Hundar eru mikilvægur hluti af daglegu lífi okkar. Það er mikilvægt að hugsa um hunda. Þeir eru ekki bara duglegir heldur mikilvægir meðlimir fjölskyldna okkar!